Jackson's Blanket
Ang Kumot ni Jackson

Nancy Cote

Babl Books

To the Gleason family,
especially for Jackson - my inspiration.

Translation Copyright © 2016 by Babl Books, Inc. Provo, UT

Text and Artwork Copyright © 2008 Nancy Cote

www.bablbooks.com

ISBN 978-1-68304-194-8

Jackson loves his blanket,
all fuzzy, soft, and worn.
He's had that little blanket since
the day that he was born.

Mahal ni Jackson ang kanyang kumot,
pawang mahimulmol, malambot, at luma.
Nasa kanya na itong maliit na kumot simula
pa lang nang siya'y ipinanganak.

He takes it to his grandma's house,

Dinadala n'ya ito sa bahay ng kanyang lola,

he takes it out to play.

dinadala n'ya ito sa labas kapag naglalaro s'ya.

To the doctor's

Sa doktor,

on vacation, it's with him night and day.

tuwing bakasyon, ito'y kasama n'ya sa gabi at araw.

"A blanket's for a baby." His daddy tells him so.
"It's time to be a big boy- this old blanket needs to go."

"Ang isang kumot ay para sa isang sanggol." Sabi ng kanyang tatay sa kanya.
"Panahon na para maging isang malaking batang lalaki- kailangan nang bitawan ang lumang kumot na iyan."

But Jackson wears it
as a cape,

Ngunit sinusuot ni
Jackson ito bilang kapa,

he uses it to slide.

ginagamit n'ya itong
padulasan.

To carry toys,

Pambuhat ng kanyang
mga laruan,

a cozy tent,
a place where he can hide.

isang komportableng toda,
isang lugar kung saan
pwede s'yang matago.

When Mama tries to wash it, Jackson makes a scene.

Kapag sinusubukan itong labahan ni Nanay, si Jackson ay gumagawa ng eksena.

He likes it just the way it is; he doesn't want it clean.

Gusto n'ya na ganun na lamang ito; ayaw n'ya na malinis ito.

On stormy nights he uses it to roll himself
up tight, and when he has a scary dream,
it gets him through the night.

Sa mababagyong gabi, ginagamit n'ya ito para
balutin ang sarili n'ya nang mahigpit, at kapag may
nakakatakot s'yang panaginip, ito ang kasama
n'ya pampalipas ng gabi.

His parents think the blanket
should be washed and packed away.

Iniisip ng mga magulang n'ya na ang kumot ay
dapat nang malabahan at maitago.

Jackson says he'll do that
when he's ready... NOT TODAY.

Ang sabi ni Jackson gagawin n'ya iyon
kapag handa na s'ya... HINDI NGAYON.

Then one snowy afternoon,
as Jackson looked around, he spotted
tiny paw prints that were covering the ground.

Noong isang maniyebeng hapon,
habang si Jackson ay nagmamasid sa paligid
namataan n'ya ang maliliit na bakas ng mga paa
na nagkalat sa lupa.

He followed them along the walk,

Sinundan n'ya ang mga ito sa kahabaan ng lakaran,

uphill

paakyat

and down below.

at paibaba.

Beside a bush, he found a kitten
sitting in the snow.

Sa tabi ng isang palumpong, natagpuan n'ya ang isang
kuting na nakaupo sa niyebe.

Jackson took his blanket
and wrapped the kitten snug.
He lifted her up gently
and warmed her with a hug.

Kinuha ni Jackson ang kanyang kumot at
binalot ang kuting nang mahigpit.
Binuhat n'ya ito nang dahan-dahan at
pinainit ito sa pamamagitan ng yakap.

"Mama, may I
keep her?"

"Nanay, pwede ko po ba
s'yang kupkupin?"

"Daddy,
can we
please?"

"Tatay,
maaari po ba,
pakiusap?"

"Without a home to keep her warm,
  the cat will surely freeze."

"Walang bahay para panatiliing s'ya ay mainit,
ang pusa ay siguradong maninigas sa ginaw."

He washed her in a basin;

Pinaliguan n'ya ito sa palanggana;

he made sure that she was fed.

sinigurado n'ya na ito ay napapakain.

Then, with his fuzzy blanket,
Jackson made a little bed.

Tapos, sa pamamagitan ng kanyang
mahimulmol na kumot,
si Jackson ay gumawa ng isang maliit na
kama.

She snuggled in the blanket
and licked her dampened fur.

Sumiksik ito sa kumot at dinilaan
ang kanyang basang balahibo.

She looked back up at Jackson and gave a tiny purr.

Tumingin ito pataas kay Jackson at nagbigay ng isang
maliit na miyaw.

"You're welcome, little kitten,
now close your eyes and sleep.
You are just a baby;
this old blanket's yours to keep."

"Walang anuman, munting kuting,
ngayon ipikit mo na ang iyong mga
mata at matulog.
Ikaw ay isa pa lamang sanggol;
itong lumang kumot ay para sa iyo."

Jackson loves his kitten.

Mahal ni Jackson ang kanyang kuting.

He loves her eyes so blue.

Gustong-gusto n'ya ang mga
napakabughaw na mata nito.

The kitten loves the blanket,

Mahal ng kuting ang kumot,

which is big enough for two.

na sapat lang ang laki para sa dalawa.

CPSIA information can be obtained
at www.ICGtesting.com
Printed in the USA
LVHW071734190919
631607LV00003B/17/P